WOMEN LAI JIANG ZHONGWEN!

我们来讲中文！

LET'S SPEAK CHINESE!

李公燕

By

JASMINE KONG-YAN TANG

Published by Milne Library, State University of New York at Geneseo,
Geneseo, NY 14454

Cover photographs by Jasmine Kong-Yan Tang

Cover and book design by Allison P. Brown

About this Textbook

This book is for those with experience learning Mandarin but who need confidence interacting in everyday situations. What distinguishes *Let's Speak Chinese!* from other language acquisition guides is the emphasis on practical usage and the promotion of self-learning.

To speak the language with ease, one needs to find the courage to simply ask for what you want in order to receive what you seek. Once you are able to do so, then vocabulary, grammar rules, and intonation will flow more smoothly in your speech.

There are four chapters based on common themes, each illustrating typical dialogue. Now, dive in!

About the Author

Professor Jasmine Tang is a faculty member at SUNY Geneseo, SUNY Monroe Community College and SUNY Empire State College. Professor Tang has been the Distinguished Chinese Language Lecturer in the Department of Languages and Literatures at SUNY Geneseo since 1990. Professor Tang is a nationally recognized and award winning educator, and has been a Chinese language teacher for over 30 years. Professor Tang is also an accomplished author, her latest publication *Let's Speak Chinese* is the first Geneseo Author's Open Textbook, and is also available in print.

Reviewer's Notes

Professor Tang's new textbook, *Let's Speak Chinese!* builds on her well-established tradition of creating user-friendly materials for new and continuing students of Mandarin Chinese. As an instructor of Introductory Chinese in my consulting practice and as a faculty member at the University of Rochester, I have used her *Taking Off with Chinese* (2011) as a classroom staple. I'm now eager to introduce my students to the practical and educational aspects of *Let's Speak Chinese!* Organized in four units (Shopping, Food and Drink, Asking for Help, and Personal Information and Daily Conversation), the text covers key conversation for everyday situations that are likely to be encountered by everyone—students, tourists, business people—in Chinese-speaking environments. What's remarkable about the somewhat deceptive simplicity of the text's design is the effective language-teaching pedagogy behind the practical conversation. Professor Tang keeps phrases relatively brief and simple, yet includes a great variety of language structures and vocabulary so that, gradually, a student will 'intuit' the larger framework and rules of Chinese! As a second language acquisition professional, I really appreciate this text, and I'm looking forward to using *Let's Speak Chinese* in my next class!

Ellen Zuroski

Director, English Language and U.S. Culture Program,
Simon School of Business, University of Rochester

Owner, Zuroski Consulting

Table of Contents

Acknowledgements

First, I would like to thank my family: husband Dr. Chi-Ming Tang; children Angeline, Audwin and Austin; mother Mrs. George Tien-fu Li; my brothers Dr. John Kong-Jiann Li and Alexander K-I Lee; sister Taselin and brother-in-law Joe; nieces Jean, Leslie, and Isabel; nephews Michael, Christopher, and Jonathan. My appreciation also goes to my students at SUNY Geneseo and Monroe Community College as well as friends and colleagues for their support, interaction, communication and much more.

A special thanks to Mr. Cyril Oberlander, Mr. Stephen Dresbach, and Ms. Allison Brown for their time and expertise in providing this text as an online resource for all students of the Chinese language.

I am grateful to my friends Ying Duan and Jin Zhou in Shanghai for their encouragement and ideas.

Chapter One

Shopping 购物

Photo by Jasmine Tang

1   Qing wèn chāo shì zài nǎ lǐ?   请问超市在哪里？   Where is the supermarket?

Qing wèn tíng chē chǎng zài nǎ lǐ?   请问停车场在哪里？   Where is the parking lot?

Qing wèn shì yī jiān zài nǎ lǐ?   请问试衣间在哪里？   Where is the fitting room?

Zài nà biān.   在那边。   It is over there.

2   Zhè gè duō shǎo qián?   这个多少钱？   How much is it?

Zhè gè sān shí sì kuài qián.   这个三十四块钱。   It is thirty-four dollars.

Photo of Wang Fu Jing Market by Ian Sewell

3 Wǒ kě bù kě yǐ shuā kǎ?　我可不可以刷卡？　Can I use the credit card?

Kě yǐ.　可以。　Sure.

Bù kě yǐ.　不可以。　No.

4 Wǒ yào fù xiàn jīn.　我要付现金。　I want to pay in cash.

5 Nǐ yǒu líng qián mạ?　你有零钱吗？　Do you have change?

Shì de, wǒ yǒu.　是的，我有。　Yes, I do.

Wǒ méi yǒu.　我没有。　No, I don't.

6 Nǐ xiǎng qù nǎ gè shāng chǎng?　你想去哪个商场？　Which market do you want to go?

Wǒ xiǎng qù wáng fǔ jǐng bǎi huò.　我想去王府井百货。　I want to go to Wang Fu Jing market.

7 Nǐ yǒu dǎ zhé quàn mạ?　你有打折券吗？　Do you have the coupon?

Shì de, zài zhè ér.　是的，在这儿。　Yes, here you go.

8 Jīn tiān yǒu dōng xi jiǎn jià mạ?　今天有东西减价吗？　What's on sale today?

9	Qǐng wèn shōu yín tái zài nǎ lǐ?	请问收银台在哪里？	Will you tell me where the cashier is?
	Qǐng wèn qǔ kuǎn jī zài nǎ lǐ?	请问取款机在哪里？	Will you tell me where the ATM is?
	Zài èr lóu.	在二楼。	It is on the second floor.
10	Nǐ xiǎng mǎi shén me dōng xi?	你想买什么东西？	What do you want to buy?
	Wǒ xiǎng mǎi tiáo wéi jīn.	我想买条围巾。	I want to buy a scarf.

Photo by Jasmine Tang

11	Yǒu méi yǒu xiǎo hào de chèn shān?	有没有小号的衬衫？	Do you have this shirt in small size?
	Yǒu méi yǒu zhōng hào de chèn shān?	有没有中号的衬衫？	Do you have this shirt in medium size?
	Yǒu méi yǒu dà hào de chèn shān?	有没有大号的衬衫？	Do you have this shirt in large size?
	Méi yǒu lè, zhǐ shèng xià dà hào.	没有了，只剩下大号。	Not anymore, there are only larges left.
12	Zhè jiàn máo yī dǎ zhé mǎ?	这件毛衣打折吗？	Is there a discount on this sweater?
	Shì de. Dǎ bā wǔ zhé.	是的，打八五折。	Yes, fifteen percent.

13	Nǐ jué de nǎ kuài shǒu biǎo gèng hǎo kàn?	你觉得哪块手表更好看？	Which watch do you think looks better?
	Nǐ jué de nǎ tiáo qún zi gèng hǎo kàn?	你觉得哪条裙子更好看？	Which skirt do you think looks better?
	Nǐ jué de nǎ gè ti bāo gèng hǎo kàn?	你觉得哪个提包更好看？	Which purse do you think looks better?

Photo by Jasmine Tang

14	Zhè gè jiǎn jià dào shén mė shí hòu?	这个减价到什么时候？	When does the sale end?
	Dào zhè gè zhōu mò wéi zhǐ.	到这个周末为止。	This weekend.
15	Zài wǎng shàng gòu wù fēi cháng fang biàn.	在网上购物非常方便。	Shopping online is convenient.
16	Nǐ mén kě yǐ sòng hùo shàng mén mȧ?	你们可以送货上门吗？	Do you offer door-to-door delivery services?
	Kě yǐ.	可以。	Sure.
	Bù xíng, nǐ yào zì jǐ lái qǔ.	不行, 你要自己来取。	Sorry, you have to pick it up yourself.

Photo by Jasmine Tang

17	Rú guǒ wǒ mǎi liǎng gè, nǐ kě bù kě yǐ pián yí xie?	如果我买两个，你可不可以便宜些？	If I buy two, can you give me a discount?
	Hǎo ba, zài pián yí shí kuài qián.	好吧，再便宜十块钱。	All right, another ten dollars off.
18	Zhè dǐng mào zi hái yǒu qí tā yán zè mà?	这顶帽子还有其他颜色吗？	Does this hat come in any other color?
	Hái yǒu hóng sè hé hēi sè.	还有红色和黑色。	We also have red and black.

19	Wǒ kě yǐ tuì diào zhè tiáo kù zi mà?	我可以退掉这条裤子吗？	May I have a refund on these pants?
	Hǎo de. Duì bu qǐ, bù kě yǐ tuì.	好的。 对不起, 不可以退。	Sure. Sorry, these are non-refundable.
20	Wǒ xiǎng mǎi bù xīn kuǎn shǒu jī. Wǒ xiǎng mǎi bù bǐ jì běn diàn nǎo. Wǒ xiǎng mǎi bù xiàng jī.	我想买部新款手机。 我想买部新笔记本电脑。 我想买部相机。	I want to buy a trendy new cellphone. I want to buy a trendy new laptop. I want to buy a trendy new camera.
	Duì bu qǐ, tuō xiāo lè.	对不起, 脱销了。	I'm sorry, it's out of stock.

Chapter Two

Food & Drink 饮食

Photos by Jasmine Tang

1 Qǐng wen nǎ lǐ yǒu mài bīng qí lín? 请问哪里有卖冰淇淋？ Excuse me, where can I buy some ice cream?

Qián miàn lù kǒu zuǒ zhuǎn, yǒu jiā bīng qí lín diàn. 前面路口左转，有家冰淇淋店。 Take a left turn at the first corner; there is an ice cream parlor.

2 Qǐng wèn jiǔ bā jǐ diǎn guan mén? 请问酒吧几点关门？ Excuse me, what time does the bar close?

Líng chén liǎng diǎn. 凌晨两点。 Two o'clock in the morning.

3	Qǐng wèn fù jìn nǎ lǐ yǒu cān guan?	请问附近哪里有餐馆？	Is there a restaurant nearby?
	Qǐng wèn fù jìn nǎ lǐ yǒu kěn dé jī?	请问附近哪里有肯德基？	Is there a KFC nearby?
	Wǎng qián zhí zǒu èr shí mǐ jiù dào le. Zài nǐ yòu biān.	往前直走二十米就到了. 在你右边。	Go straight for 20 meters. It is on your right.
4	Zhè eŕ nǎ gè cān guan zuì hǎo chī?	这儿哪个餐馆最好吃？	Which restaurant has the most delicious food?
	Quán jù dé zuì hǎo chī.	全聚德的菜最好吃。	Quanjude's food is the best.

Photo by Jasmine Tang

5

Huǒ jī hǎo bu hǎo chī?	火鸡好不好吃？	Is the turkey good?
Xiǎo lońg bāo hǎo bu hǎo chī?	小笼包好不好吃？	Is the small steamed bun good?
Dàn gāo hǎo bu hǎo chī?	蛋糕好不好吃？	Is the cake good?
Fēi chàng hǎo chī!	非常好吃。	It is delicious!

6

Nǐ xǐ huān chī shén mė?	你喜欢吃什么？	What would you like to eat?
Wǒ xǐ huān chī huǒ guō.	我喜欢吃火锅。	I would like to eat hot pot.
Wǒ xǐ huān chī Běijǐng kǎo yā.	我喜欢吃北京烤鸭。	I would like to Beijing roast duck.
Wǒ xǐ huān chī hǎi xiān.	我喜欢吃海鲜。	I would like to eat seafood.

7 Nǐ xǐ huān chī là de shí wù mǎ?

你喜欢吃辣的食物吗？

Do you like to eat spicy food?

Shì de, wǒ xǐ huān chī là de.
Bù, wǒ bù xiǐhuān chī là de.
Wǒ xǐ huān chī tián de.

是的，我喜欢吃辣的。
不，我不喜欢吃辣的。
我喜欢吃甜的。

Yes, I like spicy food.
No, I don't like spicy. I like sweet.

8 Zhè jiā diàn shén mè cài hǎo chī?

这家店什么菜好吃？

What are the best dishes in this restaurant?

Zhè eŕ shuǐ zhǔ niú ròu zùi hǎo chī.

这儿水煮牛肉最好吃。

Poached Sliced Beef is the best dish here.

Photo by Jasmine Tang

9	Fú wù yuán, wǒ kě yǐ diǎn cài le.	服务员，我可以点菜了。	Server, I am ready to order.
	Qǐng wèn nǐ xiǎng chī shén me?	请问你想吃什么？	What would you like?
10	Nǐ yào bú yào hē chá huò zhě kā fēi?	你要不要喝茶或者咖啡？	Would you like to drink some tea or coffee?
	Nǐ yào bú yào hē chéng zhī?	你要不要喝橙汁？	Would you like to drink some orange juice?
	Wǒ xiǎng hē bēi kā fēi.	我想喝杯咖啡。	I would like a cup of coffee.

Photo by Jasmine Tang

11	Qǐng wèn yǒu chā zi mà? Qǐng wèn yǒu dāo mà? Qǐng wèn yǒu cān jīn zhǐ mà?	请问有叉子吗？ 请问有刀吗？ 请问有餐巾纸吗？	May I have a fork? May I have a knife? May I have a napkin?
	Qǐng shāo děng. Wǒ mǎ shàng ná gěi nǐ.	请稍等。我马上拿给你。	One second, please. I will get it for you right away.
12	Wǒ hěn kě. Nǐ yǒu bing de níng méng shuǐ mà?	我很渴。你有冰的柠檬水吗？	I am very thirsty. Do you have cold water with lemon?
	Wǒ hěn kě. Nǐ yǒu rè de níng méng shuǐ mà?	我很渴。你有热水和柠檬吗？	I am very thirsty. Do you have hot water with lemon?
	Yǒu. Duì bu qǐ, měi yǒu.	有。 对不起，没有。	Yes. Sorry, we don't.
13	Nǐ xǐ huān chī yú mà?	你喜欢吃鱼吗？	Do you like fish?
	Wǒ xǐ huān chī yú. Bù, wǒ shì sù shí zhǔ yì zhě.	我喜欢吃鱼。 不，我是素食主义者。	Yes, I like fish. No, I am vegetarian.
14	Nǐ hái yào chī diǎn shén mè mà?	你还要吃点什么吗？	Would you like to order more?
	Wǒ chī bǎo lè. Yǒu tián dian mà?	我吃饱了。 有甜点吗？	I am full. Do you have any dessert?

Photo by Jasmine Tang

| 15 | Wǒ néng kàn kan cài dān mǎ?
Yǒu yīng wén de mǎ? | 我能看看菜单吗？
有英文的吗？ | May I take a look at the menu?
Do you have a menu in English? |

| 16 | Qǐng zài gěi wǒ yī shuāng kuài zi.
Qǐng zài gěi wǒ yī píng jiǔ. | 请再给我一双筷子。
请再给我一瓶酒。 | Please give me another pair of chopsticks.
Please give me a bottle of wine. |

| 17 | Yǒu ér tóng tào cān mǎ?
Yǒu ér tóng zùo yǐ mǎ? | 有儿童套餐吗？
有儿童座椅吗？ | Do you have a children's menu?
Do you have a high chair? |

| 18 | Kuài diǎn chī, kuài dian chī, wǒ è sǐ lè. | 快点吃, 快点吃, 我饿死了。 | Hurry up, I'm starving. |

Photo by Jasmine Tang

19	Nǐ xiǎng yào jǐ fēn shú de niú pái?	你想要几分熟的牛排？	How would you like your steak done?
	Wǒ xiǎng yào fèn sān fēn shú de niú pái.	我想要份三分熟的牛排。	I want my steak rare.
	Wǒ xiǎng yào fèn qī fēn shú de niú pái.	我想要份七分熟的牛排。	I want my steak medium.
	Wǒ xiǎng yào fèn quán shú de niú pái.	我想要份全熟的牛排。	I want my steak well-done.
20	Nǐ xǐ huān chī rì běn lǐào lǐ mǎ?	你喜欢吃日本料理吗？	Do you like to eat Japanese food?
	Nǐ xǐ huān chī zhōng guó cài mǎ?	你喜欢吃中国菜吗？	Do you like to eat Chinese food?
	Nǐ xǐ huān chī hán guó shāo kǎo mǎ?	你喜欢吃韩国烧烤吗？	Do you like to eat Korean BBQ?
	Wǒ xǐ huān chī zhōng guó cài, tè bié shì chuān cāi he yuè cài.	我喜欢吃中国菜，特别是川菜和粤菜。	I like Chinese food, especially Sichuan and Cantonese cuisine.

Photos by Jasmine Tang

21	Zhè dào cài zěn me zuò?	这道菜怎么做？	Would you tell me how to cook this dish?
	Wǒ gào sù nǐ wǒ de cài pǔ.	我告诉你我的菜谱。	I would like to tell you my recipe.
22	Nǐ hē jiǔ mà? Nǐ chōu yān mà?	你喝酒吗？ 你抽烟吗？	Do you drink? Do you smoke?
23	Nǐ dè jī chì là mà?	你的鸡翅辣吗？	Is your chicken wing spicy?
	Yī diǎn dōu bú là. Fēi cháng là.	一点都不辣。 非常辣。	They are not spicy at all. They are very spicy.
24	Qǐng bāng wǒ bǎ shèng xià de cài dǎ bāo.	请帮我把剩下的菜打包。	Please wrap up the leftovers for me.

Photo by Jasmine Tang

25	Nǐ xǐ huān hē shén me kǒu wèi de zhēn zhū nǎi chá?	你喜欢喝什么口味的珍珠奶茶？	Which flavor would you prefer for your bubble tea with milk?
	Wǒ xǐ huān hē yù tòu kǒu wèi de.	我喜欢喝芋头口味的。	I like the taro flavor.
26	Wǒ kě yǐ zùo zài chuāng hù páng biān mǎ?	我可以坐在窗户旁边吗？	May I sit next to the window?
	Wǒ kě yǐ zùo zài ān jìng diǎn de dì fāng mǎ?	我可以坐在安静点的地方吗？	May I sit in a quiet place?
27	Nà gè cān guǎn yòng wèi jīng mǎ?	那个餐馆用味精吗？	Does that restaurant use MSG (monosodium glutamate)?

28	Nǐ jiàn yì wǒ mén chī shén mė?	你建议我们吃什么？	What do you recommend?
	Wǒ jiàn yì chī huǒ guō.	我建议吃火锅。	I recommend the hotpot.
29	Wǒ yào chī pī sà. Wǒ yào chī bǐng gān.	我要吃匹萨。 我要吃饼干。	I want to eat pizza. I want to eat cookies.
30	Wǒ xiǎng hē diǎn kā fēi. Wǒ xiǎng hē diǎn guǒ zhī. Wǒ xiǎng hē diǎn pí jiǔ.	我想喝点咖啡。 我想喝点果汁。 我想喝点啤酒。	I want some coffee. I want some juice. I want some beer.
31	Nǐ yǒu shén mė yàng de pí jiǔ?	你有什么样的啤酒？	What kind of beer do you have?
	Wǒ mėn yǒu shēng pí, gān pí, hé guǒ pí.	我们有生啤，干啤，和果啤。	We have draft beer, dry beer, and fruit-flavored beer.
32	Nǐ yǒu nǎ xiē pǐn zhǒng de kā fēi?	你有哪些品种的咖啡？	What kind of coffee do you have?
	Wǒ mėn yǒu pǔ tōng kā fēi, tè nóng kā fēi, hé bīng kā fēi.	我们有普通咖啡，特浓咖啡，和冰咖啡。	We have regular coffee, espresso, and iced coffee.

33	Fú wù yuán, mǎi dān. Yī gòng duō shǎo qián?	服务员, 买单。一共多少钱？	Waiter/waitress, check please. How much will that be altogether?
	Yī gòng yī bǎi èr shí kuài.	一共一百二十块。	The total is one hundred twenty dollars.
34	Jīn tiān wǒ qǐng kè.	今天我请客。	It is my treat today.
	Wǒ mėn hái shì fēn kāi fù ba.	我们还是分开付吧。	Let's split the bill.
35	Bú yòng zhǎo lė, líng qián shì xiǎo fèi.	不用找了, 零钱是小费。	Never mind the change, keep it as tip.
36	Nǐ kě yǐ jiāo wǒ zěn mė yòng kài zi mả?	你可以教我怎么用筷子吗？	Could you teach me how to use chopsticks?
37	Qǐng wèn yǒu wǔ cān tào cān mả?	请问有午餐套餐吗？	Do you have a lunch special?
38	Zhè dào cài jiào shén mė?	这道菜叫什么？	What is the name of this dish?
	Má pó dòu fǔ.	麻婆豆腐。	Ma Po Tofu.
39	Wǒ duì huā shēng guò mǐn. Wǒ duì xiā guò mǐn. Wǒ duì huā fěn guò mǐn.	我对花生过敏。我对我对虾过敏。我对花粉过敏。	I am allergic to peanuts. I am allergic to shrimp. I am allergic to pollen.
40	Zhù nǐ shēng rì kuài lė. Gān bēi!	祝你生日快乐。干杯！	Happy birthday to you. Cheers!
	Xiè Xiè!	谢谢！	Thank you!

Chapter Three

Asking for Help 请帮忙

Photos by Jasmine Tang

1	Wǒ méi tīng dǒng, qǐng zài jiǎng yī biàn.	我没听懂, 请再讲一遍。	I don't understand, please say it again.
2	Qǐng wèn "dī diào" shì shén mė yì si? Qǐng wèn "gěi lì" shì shén mė yì si?	请问 "低调" 是什么意思? 请问 "给力" 是什么意思?	Could you tell me what "Di diao" means? Could you tell me what "Gei li" means?
3	Dǎ rǎo yīxià, qǐng wèn zuì jìn de biàn lì diàn zài nǎ lǐ?	打扰一下, 请问最近的便利店在哪里?	Excuse me, where is the nearest convenience store?
	Dǎ rǎo yīxià, qǐng wèn zuì jìn de xué xiào zài nǎ lǐ?	打扰一下, 请问最近的学校在哪里?	Excuse me, where is the nearest school?
	Dǎ rǎo yīxià, qǐng wèn zuì jìn de yuè qì hańg zài nǎ lǐ?	打扰一下, 请问最近的乐器行在哪里?	Excuse me, where is the nearest musical instrument shop?
	Dǎ rǎo yīxià, qǐng wèn zuì jìn de lǐ fà diàn zài nǎ lǐ?	打扰一下, 请问最近的理发店在哪里?	Excuse me, where is the nearest barbershop?
	Zài qián miàn dà yuē yī bǎi mǐ.	在前面大约一百米。	Straight ahead about 100 meters.

Photo by Jasmine Tang

4

Qǐng wèn guà hào zěn me zǒu?	请问挂号怎么走？	How can I get to the registration?
Qǐng wèn yào fáng zěn me zǒu?	请问药房怎么走？	How can I get to the pharmacy?
Qǐng wèn xùn wèn zù zěn me zǒu?	请问讯问处怎么走？	How can I get to the information desk?
Xià lóu hòu zuǒ guǎi jiù dào le.	下楼后左拐就到了。	Go downstairs then turn left and there you are.

5

Gōng jiāo chē zhàn zài nǎ er?	公交车站在哪儿？	Where is the bus station?
Dì tiě zhàn zài nǎ er?	地铁站在哪儿？	Where is the subway station?
Wèi shēng jiān zài nǎ er?	卫生间在哪儿？	Where is the washroom (bathroom)?
Gān xǐ diàn zài nǎ er?	干洗店在哪儿？	Where is the dry cleaner?
Zài jiāo tōng yín háng páng biān.	在交通银行旁边.	It is next to the Bank of Communications.

6	Qǐng wèn huǒ chē zhàn zài nǎ lǐ?	请问火车站在哪里？	Could you tell me where the train station is?
	Qǐng wèn diàn yǐng yuàn zài nǎ lǐ?	请问电影院在哪里？	Could you tell me where the movie theater is?
	Qǐng wèn yín háng zài nǎ lǐ?	请问银行在哪里？	Could you tell me where the bank is?
	Qǐng wèn yóu jú zài nǎ lǐ?	请问邮局在哪里？	Could you tell me where the post office is?
	Qǐng jiǔ diàn zài nǎ lǐ?	请问酒店在哪里？	Could you tell me where the hotel is?
	Qǐng wèn bó wù guǎn zài nǎ lǐ?	请问博物馆在哪里？	Could you tell me where the museum is?
	Zài huái hǎi lù liǎng bǎi líng sān hào.	在淮海路203号。	It is at 203 Huai Hai Road.

7	Wǒ xǐ huān tiào wǔ.	我喜欢跳舞。	I like dancing.
	Wǒ xǐ huān chàng gē.	我喜欢唱歌。	I like singing.
	Qǐng wèn nǎ lǐ yǒu jiǔ bā?	请问那里有酒吧？	Where is the bar?
	Qǐng wèn nǎ lǐ yǒu kǎ lā ōu kēi tīng?	请问那里有卡拉OK厅？	Where is the Karaoke bar?
	Qù xīn tiān dì. Nà lǐ yǒu hěn duō jiǔ bā hé kǎ lā ōu kēi tīng.	去新天地。那里有很多酒吧 和卡拉OK厅。	Go to Xin Tian Di. There are a lot of bars and Karaoke bars there.

8	Duì bu qǐ, qǐng wèn xiàn zài jǐ diǎn zhōng?	对不起，请问现在几点钟？	Excuse me, what time is it now?
	Xiàn zài shì sān diǎn bàn.	现在是三点半。	It is three thirty.
	Xiàn zài shì shí diǎn líng wǔ.	现在是十点零五。	It is five past ten.
9	Wǒ kě yǐ wèn gè wèn tí mà? Zhè tái diàn nǎo bǎo xiū qī shì duō jiǔ?	我可以问个问题吗？这台电脑保修期是多久？	May I ask a question? How long is the warranty on this computer?
	Wǒ kě yǐ wèn gè wèn tí mà? Zhè tái bīng xiāng bǎo xiū qī shì duō jiǔ?	这台冰箱保修期是多久？	How long is the warranty on this refrigerator?
	Dāng rán kě yǐ. Wǒ mėn bǎo xiū liǎng nián.	当然可以。我们保修两年。	Yes, of course. We offer a two-year guarantee.
10	Míng tiān tiān qì zěn mė yàng?	明天天气怎么样？	How is the weather tomorrow?
	Hòu tiān tiān qì zěn mė yàng?	后天天气怎么样？	How is the weather the day after tomorrow?
	Míng tiān yào xià yǔ hé guā fēng.	明天要下雨和刮风。	It's going to rain and be windy tomorrow.
	Hòu tiān yào xiàxuě.	后天要下雪。	It's going to snow the day after tomorrow.
11	Nǐ zhī dào shuí yǒu huá bǎn mà?	你知道谁有滑板吗？	Do you know who has a skateboard?
	Nǐ zhī dào shuí yǒu lán qiú mà?	你知道谁有篮球吗？	Do you know who has a basketball?
	Lǐ míng yǒu huá bǎn.	李明有滑板。	Li Ming has a skateboard.
	Lǐ míng yǒu lán qiú.	李明有篮球。	Li Ming has a basketball.

Photo by CIA World Factbook

12 Qǐng wèn qù tiān ān mén guǎng chǎng zuò jǐ lù chē? Xū yāo duō cháng shí jiān?

请问去天安门广场坐几路车？
需要多长时间？

Can you tell me which bus goes to Tian An Men Square? How long it will take?

Nǐ kě yǐ chéng zuò wǔ lù chē. Dà gài sì shí fēn zhōng.

你可以乘坐五路车。
大概四十分钟。

You can take Bus Route Five. It will take about forty minutes.

13 Dāng nǐ xū yào jí jiù, qǐng dǎ yāo yāo líng.

当你需要急救，请打110。

When you need emergency service, please dial 110.

14 Qǐng wèn wǒ zěn me qù fēi jī chǎng?

请问我怎么去飞机场？

Could you tell me how to get to the airport?

Qǐng wèn wǒ zěn me qù gù gōng?

请问我怎么去故宫？

Could you tell me how to get to the Imperial Palace?

15 Wǒ hái yào děng duō jiǔ?

我还要等多久？

How long do I have to wait?

16 Nǐ yǒu dì tú ma?

你有地图吗？

Do you have a map?

Nǐ yǒu bǐ ma?

你有笔吗？

Do you have a pen?

Nǐ yǒu zì diǎn ma?

你有字典吗？

Do you have a dictionary?

Nǐ yǒu míng piàn ma?

你有名片吗？

Do you have a business card?

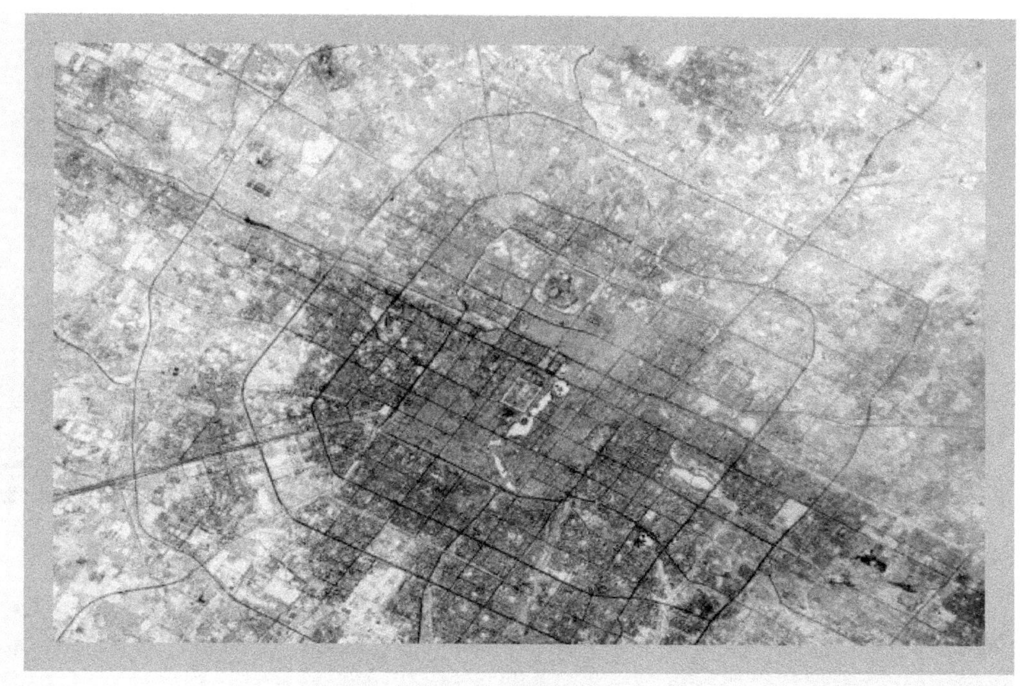

Photo by CIA World Factbook

17	Nǐ xīng qī yī yǒu kòng ma?	你星期一有空吗？	Are you free Monday?
	Nǐ zhōu mò yǒu kòng ma?	你周末有空吗？	Are you free this weekend?
18	Wǒ men míng tiān zài nǎ lǐ jiàn miàn?	我们明天在哪里见面？	Where shall we meet tomorrow?
19	Bǎ nǐ de diàn huà hào mǎ gào sù wǒ hǎo ma?	把你的电话号码告诉我好吗？	Could you tell me your phone number?
	Bǎ nǐ de yóu jiàn dì zhǐ gào sù wǒ hǎo ma?	把你的邮件地址告诉我好吗？	Could you tell me your email address?

| 20 | Nǐ shì zuò fēi jī hái shì zuò huǒ chē lái de? | 你是坐飞机来的还是坐火车来的？ | Did you come by plane or by train? |

21	Nǎ lǐ kě yǐ zū chē?	哪里可以租车？	Where I can rent a car?
	Nǎ lǐ kě yǐ dǎ chē?	哪里可以打车？	Where I can call a Taxi?
	Nǎ lǐ kě yǐ tíng chē?	哪里可以停车？	Where I can park my car?
	Nǎ lǐ kě yǐ xǐ chē?	哪里可以洗车？	Where I can wash my car?

| 22 | Nǐ néng gěi wǒ bāng gè máng mà? | 你能给我帮个忙吗？ | Could you do me a favor? |

23	Kě yǐ bǎ nǐ de zì xíng chē jiè gěi wǒ mà?	可以把你的自行车借给我吗？	May I borrow your bicycle?
	Kě yǐ bǎ nǐ de xiàng jī jiè gěi wǒ mà?	可以把你的相机借给我吗？	May I borrow your camera?
	Kě yǐ bǎ nǐ de shǒu jī jiè gěi wǒ mà?	可以把你的手机借给我吗？	May I borrow your cellphone?

24	Xiān shēng, qǐng wèn xià yī zhàn shì nǎ lǐ?	先生, 请问 下一站是哪里？	Excuse me, sir, could you tell me what the next stop is?
	Xià yī zhàn shì rén mín guǎng chǎng.	下一站是人民广场。	Next stop is People's Square.
25	Nǐ néng gào sù wǒ nǎ lǐ yǒu zhōng wén xué xiào mǎ?	你能告诉我哪里有中文学校吗？	Would you tell me where the Chinese Language School is?
	Nǐ néng gào sù wǒ nǎ lǐ yǒu yá yī zhěn suǒ mǎ?	你能告诉我哪里有牙医诊所吗？	Would you tell me where the dental clinic is?
26	Měi guó dà shǐ guǎn zěn me zǒu?	美国大使馆怎么走？	How can I get to the American Embassy?
	Zhōng guó dà shǐ guǎn zěn me zǒu?	中国大使馆怎么走？	How can I get to the Chinese Embassy?
	Běi jīng dà xué zěn me zǒu?	北京大学怎么走？	How can I get to the Beijing University?
27	Qǐng bāng wǒ jiào jiù hù chē.	请帮我叫救护车。	Please help me call the ambulance.
	Qǐng bāng wǒ dìng jī piào.	请帮我定机票。	Please help me book a flight.
	Qǐng bāng wǒ zhǎo lǚ xíng shè.	请帮我找旅行社。	Please help me find a travel agency.
28	Wǒ kě yǐ duì xiàn zhè zhāng zhī piào mǎ?	我可以兑现这张支票吗？	Can I cash this check?
29	Jiàn shēn fáng jǐ diǎn kāi mén?	健身房几点开门？	What time does the gym open?
	Yóu yǒng chí jǐ diǎn kāi mén?	游泳池几点开门？	What time does the swimming pool open?

30	Nǐ néng jiāo wǒ dǎ pīngpaīng qiú mà?	你能教我打乒乓球吗？	Could you teach me how to play table tennis?
	Nǐ néng jiāo wǒ dǎ tài jí quán mà?	你能教我打太极拳吗？	Could you teach me how to play tai chi?
	Nǐ néng jiāo wǒ dǎ gāo ěr fū qiú mà?	你能教我打高尔夫球吗？	Could you teach me how to play golf?
	Dāng rán, wǒ fēi cháng lè yì.	当然，我非常乐意。	Certainly, it is my pleasure.

Photo by CIA World Factbook

31	Wǒ mí lù lè. Nǐ kě yǐ wèi wǒ zhǐ lù mà?	我迷路了。你可以为我指路吗？	I am lost. Could you show me the way?
32	Qǐng wèn rú hé bō dǎ guó jì cháng tú?	请问如何拨打国际长途？	How can I make an international call?

33	Chū zū chē shì zěn me jì fèi de?	出租车是怎么计费的？	How much do they charge for a taxi?
	Guó jì cháng tú diàn huà shì zěn me jì fèi de?	国际长途电话是怎么计费的？	How much do they charge for international calls?
	Shí fēn zhōng wǔ kuài qián.	十分钟五块钱。	They charge five dollars every ten minutes.
34	Wǒ yào qù dōng fāng míng zhū, yīng gāi zài nǎ zhàn xià chā?	我要去东方明珠，应该在哪站下车？	I am going to Oriental Pearl Tower. Which stop should I get off?
	Nǐ yīng gāi zài lù jiā zuǐ xià chē.	你应该在陆家嘴站下车。	You should get off at Lu Jia Zui.
	Nǐ yīng gāi zài xià yī zhàn xià chē.	你应该在下一站下车。	You should get off at the next stop.
35	Qǐng wèn lóu tī zài nǎ lǐ?	请问楼梯在哪里？	Where is the stairway?
	Qǐng wèn chū kǒu zài nǎ lǐ?	请问出口在哪里？	Where is the exit?

Photo of Embassy of the US, Beijing, Wikimèdia

36 Wǒ xiǎng dìng piào, kàn míng tiān de xiàng shēng biǎo yǎn.　我想订票, 看明天的相声表演。　I have to purchase tickets for tomorrow's cross talk.

37 Zhè gè fáng jiān yǒu wǎng luò mǎ?　这个房间有网络电视吗?　Does this room have internet?

Zhè gè fáng jiān yǒu wèi xīng diàn shì mǎ?　这个房间有卫星电视吗?　Does this room have satellite television?

38 Wǒ de yín háng kǎ diū lè, wǒ gāi zěn mè bàn?　我的银行卡丢了, 我该怎么办?　I lost my bank card. What can I do?

Wǒ de hù zhào diū lè, wǒ gāi zěn mè bàn?　我的护照丢了, 我该怎么办?　I lost my passport. What can I do?

Nǐ yào mǎ shàng tōng zhī yín háng shēn qǐng guà shī.　你要马上通知银行申请挂失。　You must report the loss to the bank immediately.

Nǐ yào mǎ shàng tōng zhī lǐng shì guǎn shēn qǐng guà shī.　你要马上通知领事馆申请挂失。　You must report the loss to the embassy immediately.

39	Gōng jiāo chē shé me shí hòu lái?	公交车什么时候来？	When does the bus come?
	Wǔ fēn zhōng yǐ hòu.	五分钟以后	In five minutes.
40	Qǐng wèn gōng jiāo kǎ zài nǎ lǐ mǎi?	请问公交卡在哪里买？	Where can I buy the public transportation card (Metro card)?
	Dì tiě zhàn yǒu mài de.	地铁站有卖的。	You can buy them at the subway station.

Chapter Four

Personal Information & Daily Conversation

个人情况和日常对话

1	Nǐ hǎo! Wǒ jiào Wánglì, hěn gāo xìng rèn shí nǐ.	你好!我叫王丽, 很高兴认识你。	Hello! I am Wang Li, nice to meet you.
	Nǐ hǎo! Wǒ jiào Sam, hěn gāo xìng rèn shí nǐ.	你好!我叫Sam, 很高兴认识你。	Hello! I am Sam, nice to meet you.
2	Nǐ jīn nián duō dà?	你今年多大?	How old are you?
	Wǒ ěr shí sān suì.	我二十三岁。	I am twenty-three years old.

3	Wǒ de bà ba shì nǎo wài kē yī shēng.	我的爸爸是脑外科医生。	My father is a brain surgeon.
	Wǒ de bà ba shì yī shēng.	我的爸爸是医生。	My father is a doctor.
4	Wǒ de bà bà shì gōng chéng shī.	我的爸爸是工程师。	My father is an engineer.
	Wǒ de bà bà shì lǜ shī.	我的爸爸是律师。	My father is a lawyer.
	Wǒ de bà bà shì chú shi.	我的爸爸是厨师。	My father is a chef.
	Wǒ de bà bà shì sī jī.	我的爸爸是司机。	My father a driver.
	Wǒ de bà bà shì jiàn zhú gōng.	我的爸爸是建筑工。	My father is a constructor.
	Wǒ de bà bà shì gōng wù yuán.	我的爸爸是公务员。	My father is a public employee.
5	Wǒ de mā mà shì lǎo shī.	我的妈妈是老师。	My mother is a teacher.
	Wǒ de mā mà kuaì jì shī.	我的妈妈是会计师。	My mother is an accountant.
	Wǒ de mā mà shì qǐ yè lǐng dǎo.	我的妈妈是企业领导。	My mother is the head of a company.
6	Tā shì wǒ de shì yǒu.	他是我的室友。	He is my roommate.
	Tā shì wǒ de fáng dōng.	他是我的房东。	He is my landlord.
	Tā shì wǒ de tóng xué.	他是我的同学。	He is my classmate.
	Tā shì wǒ de lǎo shī.	他是我的老师。	He is my teacher.
	Tā shì wǒ de tóng shì.	他是我的同事。	He is my co-worker.
	Tā shì wǒ de lǎo bǎn.	他是我的老板。	He is my boss.
7	Tā shì wǒ de mā mà.	她是我的妈妈。	She is my mother.
	Tā shì wǒ de mèi mèi.	她是我的妹妹。	She is my younger sister.
	Tā shì wǒ de nǎi nai.	她是我的奶奶。	She is my grandma.
	Tā shì wǒ de ā yí.	她是我的阿姨。	She is my aunt.
8	Wǒ dì di shì gè yùn dòng yuán.	我弟弟是个运动员。	My younger brother is an athlete.

9	Wǒ shì měi guó rén, bú shì zhōng guó rén.	我是美国人，不是中国人。	I am American, not Chinese.
10	Wǒ de xiān shēng shì zhōng guó rén.	我的先生是中国人。	My husband is Chinese.
	Wǒ de tài tai shì zhōng guó rén.	我的太太是中国人。	My wife is Chinese.
11	Wǒ xí huān kàn shū hé huà hùa, nǐ nė?	我喜欢看书和画画，你呢？	I like reading and painting. How about you?
	Wǒ xǐ huān tán gāng qín hé tiào wǔ.	我喜欢弹钢琴和跳舞。	I like playing the piano and dancing.
12	Nǐ xǐ huān shén mė yùn dòng?	你喜欢什么运动？	What kind of sports do you like?
	Wǒ xǐ huān dǎ bàng qiú.	我喜欢打棒球。	I like playing baseball.
	Wǒ xǐ huān dǎ lán qiú.	我喜欢打棒篮球。	I like playing basketball.
	Wǒ xǐ huān liū bīng.	我喜欢溜冰。	I like skating.
13	Nǐ de fēi jī jǐ diǎn dào? Wǒ lái jiē nǐ.	你的飞机几点到？我来接你.	What time does your flight arrive? I will pick you up.
	Wǒ míng tiān xià wǔ sì diǎn dào. Xiè xie nǐ.	我明天下午四点到。谢谢你。	I will arrive tomorrow afternoon at four. Thank you.

14	Nǐ lái zì nǎ lǐ?	你来自哪里？	Where are you from?
	Wǒ lái zì zhī jiā gē.	我来自芝加哥。	I am from Chicago.
15	Nǐ zhè gè hán jià dǎ suàn zuò shén mė?	你这个寒假打算做什么？	What is your plan for winter break?
	Wǒ dǎ suàn zhǎo yī fèn jiān zhí.	我打算找一份兼职。	I am looking for a part-time job.
	Wǒ dǎ suàn qù lǚ xìng.	我打算去旅行。	I am planning to travel.
16	Nǐ zuó tiān zuò shén mė lè?	你昨天做什么了？	What did you do yesterday?
	Nǐ shàng zhōu mò zuò shén mė lè?	你上周末做什么了？	What did you do last weekend?
	Wǒ qù péng yǒu jiā zuò kè lè.	我去朋友家做客了。	I dropped by my friend's home.
17	Nǐ lái zhōng guó duō jiǔ lè?	你来中国多久了？	How long have you been in China?
	Wǒ lái zhōng guó sān gè yuè lè.	我来中国三个月了。	I have been here three months.

18	Nǐ xí quàn zhè lǐ de qì hòu mà?	你习惯这里的气候吗？	Have you gotten used to the weather?
	Nǐ xí quàn zhè lǐ de yǐn shí mà?	你习惯这里的饮食吗？	Have you gotten used to the food?
	Wǒ yǐ jīng xí guàn lè.	我已经习惯了。	I have gotten used to it.
19	Duì bu qǐ, wǒ chí dào lè. Nǐ děng lè duō jiǔ?	对不起，我迟到了。你等了多久？	I'm sorry, I am late. How long have you been waiting?
	Méi guān xì, wǒ yě gāng dào.	没关系，我也刚到。	No problem, I just got here.
20	Ǐ mèn shén mè shí hòu zǒu?	你们什么时候走？	When will you leave?
	Wǒ mèn míng tiān yī dà zǎo chū fā.	我们明天一大早出发。	We will take off early tomorrow morning.
21	Nǐ xǐ huān dǎ má jiàng hé pū kè mà?	你喜欢打麻将和扑克吗？	Do you like to play mahjong and poker?
	Shì de, yǒu diǎn xiàng duō mǐ nò gǔ pái.	是的，有点像多米诺骨牌。	Yes. It is somewhat similar to dominos.
22	Nǐ yǒu méi yǒu qù guò měi guó?	你有没有去过美国？	Have you been to the USA?
	Wǒ qù guò niǔ yuē hé bō shì dùn.	我去过纽约和波士顿。	I have been to New York City and Boston.
23	Nǐ jué de niǔ yuē zěn mè yèng?	你觉得纽约怎么样？	What do you think about New York City?
	Nà lǐ shì shí shàng de dà dū shì.	那里是时尚的大都市。	It is a metropolis of fashion.
	Nà lǐ shì yì shù de dà dū shì.	那里是艺术的大都市。	It is a metropolis of arts.

	Pinyin	Chinese	English
24	Nǐ zài nǎ suǒ dà xué dú shū?	你在哪所大学读书？	Which university do you go to?
	Wǒ zài shàng hǎi jiāo tōng dà xué dú shū	我在上海交通大学读书。	I study at Shanghai Jiao Tong University.
25	Nǐ zài zhǎo shén me?	你在找什么？	What are you looking for?
	Xū yào bāng máng ma?	需要帮忙吗？	Do you need my help?
	Wǒ de shǒu jī bú jiàn le.	我的手机不见了。	My cellphone has disappeared.
	Wǒ de qián bāo bú jiàn le.	我的钱包不见了。	My wallet has disappeared.
	Wǒ de yào shi bú jiàn le.	我的钥匙不见了。	My key has disappeared.
26	Nǐ huì shuō yīng wén ma?	你会说英文吗？	Do you speak English?
27	Qǐng nǐ jiǎng màn diǎn.	请你讲慢点。	Please speak more slowly.
28	Wǒ de zhōng wén bù tài hǎo, dàn shì wǒ huì jìn liàng shuō.	我的中文不太好，但是我会尽量说。	My Chinese is not very good, but I will try to speak as much as I can.
29	Nǐ yǒu hé (shén me) jiàn yì?	你有何（什么）建议？	Do you have any suggestions?

Photo by Jasmine Tang

30	Qǐng nǐ bāng wǒ mén zhào zhāng xiàng.	请你帮我们照张相。	Please take a picture of us.
31	Rù kǒu chù yào shōu fèi mǎ?	入口处要收费吗？	Is there an entrance fee?
	Shì de. Chéng rén shí kuài, ér tóng wǔ kuài.	是的. 成人十块, 儿童五块。	Yes. The adult fare is ten dollars and children's fare is five dollars.
32	Qǐng nǐ yǒu kòng lái wán eŕ.	请你有空来玩儿。	Come round when you have the time.

| 33 | Nǐ zài nǎ lǐ gōng zuò. | 你在哪里工作？ | Where do you work? |

| | Wǒ zài yī jiā wǎng luò gōng zuò. | 我在一家网络工作。 | I work for a network company. |
| | Wǒ zài yī jiā wù líu gōng sī gōng zuò. | 我在一家物流公司工作。 | I work for a logistics company. |

| 34 | Nǐ shén mè shí hòu shàng bān? | 你什么时候上班？ | What time do you begin to work? |

| | Nǐ shén mè shí hòu xià bān? | 你什么时候下班？ | What time do you end your work? |

| 35 | Nǐ kān qǐ lái hěn gāo xìng , fā shēng shén mè shì lè? | 你看起来很高兴，发生什么事了？ | You look happy. What's new with you? |

| | Wǒ qǔ dé lè jiǎng xué jīn. | 我取得了奖学金。 | I won a scholarship. |

36	Nǐ wèi shén me lái zhōng guó?	你为什么来中国？	Why did you come to China?
	Wǒ xiǎng xué jīng jù.	我想学京剧。	I want to learn Beijing Opera.
	Wǒ xiǎng xué pí yǐng.	我想学皮影。	I want to learn shadow puppet performance.
	Wǒ xiǎng xué wǔ shu.	我想学武术。	I want to learn martial arts.
37	Nǐ huì shuō shàng hǎi huà mà?	你会说上海话吗？	Can you speak Shanghai dialect?
	Nǐ huì shuō guǎng dōng huà mà?	你会说广东话吗？	Can you speak Cantonese?
	Wǒ bù huì, wǒ zhǐ huǐ shuō pǔ tōng huà.	我不会,我只会说普通话。	No, I can only speak Mandarin.
38	Wǒ kě yǐ zuò nǐ de péng yǒu mà?	我可以做你的朋友吗？	May I be your friend?
39	Nǐ yuàn yì bāng wǒ zhào gù wǒ de māo mà?	你愿意帮我照顾我的猫吗？	Do you mind taking care of my cat?
	Nǐ yuàn yì bāng wǒ zhào gù wǒ de gǒu mà?	你愿意帮我照顾我的狗吗？	Do you mind taking care of my dog?
40	Zài jiàn!	再见！	Bye bye!
	Qǐng nǐ bù yào wàng jì wǒ. Bǎo chí lián xì.	请你不要忘记我。保持联系。	Please do not forget me. Keep in touch.

41 Zhè xiē gōng jù shì shén me?　这些工具是什么？　What tools are these?

Zhè gè shì láng tóu, zhè gè shì luó sī dāo, nà gè shì bān shǒu.　这个是榔头, 这个是螺丝刀, 那个是扳手。　This is a hammer, this is a screwdriver, that is wrench.

42 Nǐ jué de wǒ de yán jiǎng zěn yàng?　你觉得我的演讲怎样？　What did you think of my lecture?

Nǐ jué de wǒ de shū fǎ zěn yàng?　你觉得我的书法怎样？　What did you think of my calligraphy?

Nǐ zuò de hěn bàng.　你做的很棒。　You did a good job.

43 Nǐ yǒu shén me shēn fèn zhèng jiàn ma?　你有什么身份证件吗？　Do you have any form of identification?

Wǒ yǒu hù zhào.　我有护照。　Here's my passport.

Wǒ yǒu jià zhào.　我有驾照。　Here's my driver's license.

Wǒ yǒu huì yuán kǎ.　我有会员卡。　Here's my membership card.

44 Tā shì shuí?　他是谁？　Who is he?

Tā shì wǒ de péng yǒu.　他是我的朋友。　He is my friend.

Tā shì wǒ de shūshu Andy Wang.　他是我的叔叔Andy Wang。　He is my Uncle Andy Wang.

Photo by Jasmine Tang

45 Xīn nián jià qī nǐ yǒu shén me ān pái? — 新年假期你有什么安排？ — Do you have any plans for New Year vacation?

Wǒ yào qù guàng miào huì. — 我要去逛庙会。 — I am going to the fair.

Wǒ yào qù gěi qīn qì bài nián. — 我要去给亲戚拜年。 — It's New Year I am going to visit to my relatives.

Wǒ yào qù dí shì nì lè yuán. — 我要去迪士尼乐园。 — I am going to Disneyland.

46 Wèi shén me guò nián yào gěi hái zi yā suì qián. — 为什么过年要给孩子压岁钱？ — Why give money to children as a Lunar New Year gift?

Zhè shì biǎo shì bǎ zhù fú hé hǎo yùn dài gěi tā mén. — 这是表示把祝福和好运带给他们。 — It means to send best wishes and good fortune to them.

47	Gōng sī nián huì nǐ yào biǎo yǎn shén mė?	公司年会你要表演什么？	What will you perform at the company party?
	Xué xiào nián huì nǐ yào biǎo yǎn shén mė?	学校年会你要表演什么？	What will you perform at the school annual party?
	Wǒ yào biǎo yǎn èr hú.	我要表演二胡。	I will play erhu.
	Wǒ yào biǎo yǎn jí tā.	我要表演吉他。	I will play guitar.
48	Nǐ zuì xǐ huān shén mė jiē tóu xiǎo chī?	你最喜欢什么街头小吃？	What's your favorite street snack?
	Wǒ zuì xǐ huān chi bīng tánghú lú.	我最喜欢吃冰糖葫芦。	My favorite is candied fruits.
	Wǒ zuì xǐ huān hē dòu jiāng.	我最喜欢喝豆浆。	My favorite is soybean milk.
	Wǒ zuì xǐ huān chī kǎo hóng shǔ.	我最喜欢吃烤红薯。	My favorite is roasted sweet potato.
49	Nǐ péi wǒ qù kàn diàn yǐng hǎo mǎ?	你陪我去看电影好吗？	Will you watch the movie with me?
50	Zhè lǐ yǒu rén zuò mǎ?	这里有人坐吗？	Is this seat taken?
	Duì buqǐ, zhè lǐ yǒu rén zuò.	对不起，这里有人坐。	Sorry, it is taken.
	Zhè lǐ méi rén zuò.	这里没人坐。	It is empty.

Photo of Beijing Zoo, by snowyowls Wikimèdia

51 Nǐ xǐ kàn shén me lèi xíng de diàn yǐng?

你喜看什么类型的电影？

What kinds of movie do you like?

Wǒ xǐ huān kàn xǐ jù piān.

我喜欢看喜剧片。

I like comedy movies.

Wǒ xǐ huān kàn dòng zuò piān.

我喜欢看动作片。

I like action movies.

Wǒ xǐ huān kàn kǒng bù piàn.

我喜欢看恐怖片。

I like horror movies.

52 Nǐ zuó tiān qù dòng wù yuán kàn dào le shén me?

你昨天去动物园看到了什么？

What did you see at the zoo yesterday?

Wǒ kàn dào le xióng māo, dà xiàng hé bān mǎ, hái yǒu cháng jǐng lù.

我看到了熊猫, 大象和斑马, 还有长颈鹿。

I saw pandas, elephants, zebras, and giraffes.

53 Nǐ men wán de kāi xīn ma?

你们玩的开心吗？

Did you have a lot of fun?

Wǒ men fēi cháng kāi xīn.

我们非常开心。

We had a great time.

54 Wǒ bǎ shǒu jī shuāi huài le.

我把手机摔坏了。

I broke my cellphone.

Wǒ bǎ xiàng jī shuāi huài le.

我把相机摔坏了。

I broke my camera.

Wǒ bǎ shǒu biǎo shuāi huài le.

我把手表摔坏了。

I broke my watch.

Zhēn shì tài kě xí le.

真是太可惜了。

What a pity!

55	Nǐ dú shén me zhuān yè?	你读什么专业？	What's your major?
	Wǒ de zhuān yè shì jì suàn jī.	我的专业是计算机。	My major is computer science.
	Wǒ de zhuān yè shì jì xīn lǐ xué.	我的专业是心理学。	My major is psychology.
56	Nǐ zuò lè shén mè yǒu qù de shì qíng?	你做了什么有趣的事情？	What did you do for fun?
	Wǒ kàn lè yī chǎng fēi cháng bàng de yǎn chàng huì.	我看了一场非常棒的演唱会。	I went to an amazing concert.
57	Nǐ wèi shén mè kàn qǐ lái hěn shāng xīn?	你为什么看起来很伤心？	Why do you look sad?
	Wǒ de hàn yǔ shuǐ píng kǎo shì méi yǒu tōng guò.	我的汉语水平考试没有通过。	I failed my HSK (Chinese proficiency) test.
58	Wǒ fēi cháng shēng qì yīn wéi tā chí dào lè sān gè xiǎo shí.	我非常生气因为她迟到了三个小时。	I was very angry because she was three hours late.
	Nǐ wèn tā wèi shén mè lè mà?	你问她为什么了吗？	Did you ask her why?
59	Nǐ zhù zài nǎ lǐ?	你住在哪里？	Where do you live?

Photo by Jasmine Tang

60	Nǐ jīn tiān kàn qǐ lái hěn shuài, nǐ yào qù nǎ eŕ?	你今天看起来很帅，要去哪儿？	You look handsome today. Where are you going?
	Nǐ jīn tiān kàn qǐ lái hěn piào liàng, yào qù nǎ eŕ?	你今天看起来很漂亮，要去哪儿？	You look pretty today. Where are you going?
	Wǒ yào qù miàn shì.	我要去面试。	I have an interview.
	Wǒ yào qù yuē huì.	我要去约会。	I have a date.
61	Nǐ xǐ huān zuò shé me gōng zuò?	你喜欢做什么工作？	What kind of job are you applying for?
	Wǒ xiǎng chéng wéi yī míng jì zhě.	我想成为一名记者。	I want to be a journalist.
	Wǒ xiǎng chéng wéi yī míng shè yǐng shī.	我想成为一名摄影师。	I want to be photographer.
	Wǒ xiǎng chéng wéi yī míng lǎo shī.	我想成为一名老师。	I want to be a teacher.
	Wǒ xiǎng chéng wéi yī míng tuī xiāo yuán.	我想成为一名推销员。	I want to be a salesman.
	Wǒ xiǎng chéng wéi yī míng dǎo yǎn.	我想成为一名导演。	I want to be a director.
	Wǒ xiǎng chéng wéi yī míng jǐng chá.	我想成为一名警察。	I want to be a policeman.

62	Wǒ yào mǎi yī tái diàn nǎo, wǒ de diàn nǎo tài jiù lè.	我要买一台电脑，我的电脑太旧了。	I am going to buy a computer. My computer is too old.
	Nǐ kě yǐ qù tài píng yáng diàn zǐ shì chǎng mǎi diàn nǎo.	你可以去太平洋电子市场 买电脑。	You can get a new one from Pacific Electronics.
63	Zhè shì rè mén yīn yuè mǎ?	这是热门音乐吗？	Is this hit music?
64	Zhè lǐ shén mė shí hòu xià xuě?	这里什么时候下雪？	When does it snow here?
	Shí yī huò shí èr yuè kāi shǐ xià xuě.	十一或十二月开始下雪。	It starts to snow between November and December.
65	Wǒ jiě jie cái dìng hūn, tā mīng nián liù yuè jié hūn.	我姐姐才订婚，她明年六月结婚。	My elder sister just got engaged. She will be married next June.

66 Nǐ zuì xǐ huān shén mė yán sè? 你最喜欢什么颜色？ What is your favorite color?

Wǒ zuì xǐ huān de yán sè shì lán sè. 我最喜欢的颜色是蓝色。 My favorite color is blue.

Wǒ zuì xǐ huān de yán sè shì hóng sè. 我最喜欢的颜色是红色。 My favorite color is red.

Wǒ zuì xǐ huān de yán sè shì bái sè. 我最喜欢的颜色是白色。 My favorite color is white.

67 Nǐ zuì xǐ huān shén mė huā eŕ? 你最喜欢什么花儿？ What is your favorite flower?

Wǒ zuì xǐ huān de huā shì bǎi hé. 我最喜欢的花是百合。 My favorite the flower is lily.

Wǒ zuì xǐ huān de huā shì méi guì. 我最喜欢的花是玫瑰。 My favorite the flower is rose.

Wǒ zuì xǐ huān de huā shì lán huā. 我最喜欢的花是兰花。 My favorite the flower is orchid.

68 Zhè shì kē shén mė shù? 这是棵什么树？ What kind of tree is this?

Zhè shì kē yáng shù. 这是棵杨树。 This is poplar.

Zhè shì kē sōng shù. 这是棵松树。 This is pine.

Zhè shì kē liǔ shù. 这是棵柳树。 This is willow.

69 Wǒ xiǎng kāi gè yín háng zhàng hù. 我想开个银行账户。 I would like to open a bank account.

70 Zǒu màn diǎn eŕ, děng wǒ yī xià. 走慢点儿，等我一下。 Slow down. Let me catch up.

Photo by Jasmine Tang

| 71 | Tíng y īxià, nǐ hǎo xiàng shuō cuò lè. | 停一下，你好像说错了。 | Wait, you seemed to have said the wrong thing. |

| 72 | Nǐ de yú jiā kè shàng de zěn mė yàng? | 你的瑜珈课上的怎么样？ | How's your yoga class? |
| | Wǒ shàng lè yī gè xiǎo shí. Tài lèi lè. | 我上了一个小时。太累了。 | The class lasted for one hour. I am exhausted. |

| 73 | Qǐng nǐ fā duǎn xìn gěi wǒ. Qǐng nǐ dǎ diàn huà gěi wǒ. | 请你发短信给我。请你打电话给我。 | Please text me. Please call me. |

| 74 | Wō mėn zhè gè zhōu mò yào zuò shén mė? | 我们这个周末要做什么？ | What shall we do this weekend? |
| | Ràng wǒ mėn zhōu mò yī qǐ qù hǎi biān ba. | 让我们周末一起去海边吧。 | Let's go to beach together this weekend. |

| 75 | Tiān lěng lè, wǒ yào dài mào zi hé shǒu tào. | 天冷了，我要戴帽子和手套。 | It is getting cold; I am going to wear my hat and gloves. |

76	Wǒ wàng lè dài wǒ de jì suàn jì.	我忘了带我的计算机。	I forgot to bring my calculator.
	Wǒ wàng lè dài wǒ de yǔ sǎn.	我忘了带我的雨伞。	I forgot to bring my umbrella.
	Wǒ wàng lè dài wǒ de mò jìng.	我忘了带我的墨镜。	I forgot to bring my sunglasses.

Photo by Jasmine Tang

77	Xià xuě tiān wǒ hěn xǐ huān qù huá xuě.	下雪天我很喜欢去滑雪。	On snowy days I like to go skiing a lot.
78	Dǎ léi lè ,yào xià yǔ lè.	打雷了,要下雨了。	It is thundering. It's going to rain.
79	Nǐ zài kàn shén me diàn shì jié mù?	你在看什么电视节目？	What television program are you watching?
80	Qǐng wèn lā jī tǒng zài nǎ lǐ?	请问垃圾桶在哪里？	Where is the garbage can?
81	Qǐng wù chōu yān. Qǐng wù dǎ rǎo.	请勿抽烟。 请勿打扰。	Please do not smoke. Please do not disturb.
82	Wǒ xǐ huān dǎ wǎng qiú.	我喜欢打网球。	I like to play tennis.
83	Tā shì wǒ de hǎo péng yǒu.	他是我的好朋友。	He is my good friend.
84	Nǐ zhǔn bèi qù nǎ lǐ liú xué?	你准备去哪里留学？	Which country are you going to study in?

85	Nǐ zài nǎ xiē wǎng zhàn mǎi dōng xi?	你在哪些网站买东西？	Which websites do you shop on?
86	Wǒ zài zhǎo wǒ de yào shi.	我在找我的钥匙。	I am looking for my keys.
87	Nǐ tóu shuí de piào?	你投谁的票？	Who are you going to vote for?
88	Nǐ zhǔn bèi shén mė shí hòu qù zhōng guó dú shū?	你准备什么时候去中国读书？	When will you go to China to study?
89	Xiàn zài hěn duō nián qīng rén qí chē qù shàng bān.	现在很多年青人骑车去上班。	Now many young people go to work by bicycle.
	Shì yā, kāi chē hěn fāng biàn, kě shì bú huán bǎo.	是呀，开车很方便，可是不环保。	Absolutely, driving car is convenient, but it is not environment-friendly.
90	Nǐ kàn bào zhǐ lè mà? fáng jià yòu zhǎng lè.	你看报纸了吗？房价又涨了。	Did you read the newspaper? The housing price went up again.
	Zài běi jìng mǎi fáng zi tài guì lè, suǒ yǐ wǒ xiàn zài hái shì zū fáng zi.	在北京买房子太贵了，所以我现在还是租房子。	Houses in Beijing are too expensive. That's why I still rent a house.

91	Wǒ tīng bù dǒng nǐ zài shuō shén me, qǐng nǐ zài shuō yí biàn.	我听不懂你在说什么，请你再说一遍。	I cannot understand what you are saying. Please say it again.
92	Qǐng nǐ shuō dà shēng diǎn.	请你说大声点。	Can you speak louder?
93	Nǐ zài kàn shén me?	你在看什么？	What are you looking at?
94	Qǐng nǐ bà yīn yuè kāi xiǎo shēng diǎn.	请你把音乐开小声点。	Can you turn down the music?
95	Nǐ huì yóu yǒng mà?	你会游泳吗？	Can you swim?
	Nǐ huì chàng gē mà?	你会唱歌吗？	Can you sing?
	Nǐ huì tiào wǔ mà?	你会跳舞吗？	Can you dance?
96	Nǐ yǒu shén me tè cháng?	你有什么特长？	What special skills do you have?
97	Wéi, wǒ shì Sarah.	喂，我是Sarah.	Hello, this is Sarah.

98	Nǐ xǐ huān zuò shén mė gōng zuò?	你喜欢做什么工作？	What kinds of jobs do you want to apply for?
99	Wǒ mėn shén mė shí hòu zhuāng shì shèng dàn shù?	我们什么时候装饰圣诞树？	When will we decorate the Christmas tree?
100	Zhù nǐ lǚ tú yú kuài.	祝你旅途愉快.	Have a nice trip.
	Zhù nǐ jié rì yú kuài.	祝你节日愉快.	Have a nice holidays.

Photo by Jasmine Tang

Resources

- BBC Chinese Language Resources: http://www.bbc.co.uk/languages/chinese/

- China.org.cn Speak Chinese: http://www.china.org.cn/learning_chinese/index.htm

- Chinese Character Learning Program (Univ. of Virginia): http://faculty.virginia.edu/cll/chinese/index.html

- Chinese-English Dictionary MDBG: http://www.mdbg.net

- Language Guide: http://www.languageguide.org/

- MERLOT Chinese: http://www.merlot.org/merlot/materials.htm?community=&category=&keywords=chinese&sort.property=relevance

- National Foreign Language Center, Univ. of Maryland, Read Chinese!: http://readchinese.nflc.org/

- OER Commons, Chinese Resources: http://www.oercommons.org/search?f.search=chinese

- Open University, Beginners' Chinese - Audio: https://itunes.apple.com/itunes-u/beginners-chinese-audio/id380227642

- Tang, Jasmine, *Taking off with Chinese*, http://www.worldcat.org/oclc/787857389

- Traditional-Simplified Chinese Character Tutor (Berkeley): http://www.language.berkeley.edu/fanjian/start.html

- Zhongwen.com Chinese Characters and Culture: http://www.zhongwen.com/

CPSIA information can be obtained
at www.ICGtesting.com
Printed in the USA
LVHW061715080719
623451LV00015B/697/P

9 781494 209575